ફરી એક અધૂરી મુલાકાત.

KHAMOSH BATEY

અભિષેક જી કે

Copyright © Abhishek G K
All Rights Reserved.

સામગ્રી

ભાગ 1 મુલાકાત

એક અજાણી વ્યક્તિ ને જોઈ કપિલ મન માં ને મન માં મલકાઈ રહ્યો, જોઈ ને તેનું સ્મિત જાણે આંખો એની તરફ જ મીટ માંડી ને બેસી રહે.
જિંદગી ના ઘણા ચડાવ ઉતાર માનો કે તેની સાથે સંકળાયેલા લાગ્યા,
એ 9 માં ધોરણ નો સમજ વગર નો પ્રેમ જાણે અનેક વર્ષો નો અનુભવ હોય,
ના પામવા ની ચાહત,
ના ખોવા નો ડર,
બસ ફક્ત સાથે બેસી ને કલાકો સુધી વાતો કરવા નો એહસાસ......
તેણી સાથે વાત કરવાના અરમાન માં તેને 5 વર્ષ ગુજાર્યા 5 વર્ષ બાદ અચાનક તેની ઉપર ફોન આવે છે "કપિલ ઓળખે છે મને? હું વંશીદા, યાદ છે અપડે સ્કૂલ માં સાથે હતા",

કપિલ ના આનંદ નો પાર ના હતો જાણે તેને એ 5 વર્ષ હવે પુરા થયા, જેની સાથે વાત કરવા આટલી રાહ જોઈ તેને સામે થઈ ફોન આવ્યો...
કપિલ ને થયું, શુ વાત કરું, ક્યાંથી શરૂઆત કરું, શુ આજે હું મારા મન ની બધી વાત કહી દઉં, કે આ વાત માટે મેં કેટલા વર્ષ ની રાહ જોઈ, પછી થયું ના ના જો આજે હું કહી દઈશ તો આટલા સમય બાદ ની " મુલાકાત અધૂરી" રહી જશે....

કપિલ: હા વંશીદા બોલ ને હું તને કેવી રીતે ભૂલું! યાદ તો હોય જ ને તું.

વંશીદા: શું કરે કપિલ? કેવી ચાલે છે તારી લાઈફ?

કપિલ તેના અવાજ ને વર્ષો બાદ સાંભળી ને તે કેવી દેખાતી હશે તેનું માન ચિત્ર તેના સ્મરણ માં લાવી રહ્યો હતો.

કપિલ : (સ્મરણો માં જ) ઠીક છું બસ ચાલી રહી છે લાઇફ.

વંશીદા: એક વાત પૂછું? આપણે સ્કૂલ છોડયાં ને ઘણો સમય થઈ ગયો. તું તારી લાઈફ માં બિઝી થઈ ગયો ને હું મારી.

કપિલ: હા.(આશ્ચર્ય માં જ)

વંશીદા : તને મારી સાથે વાત કરવા માં એટલી શરમ કેમ આવતી હતી, મને યાદ છે હું જ્યારે તારી બાજુ માંથી જતી તું નાની હસી સાથે માથું નીચે કરી ને કંઈજ નઈ કહેતો. શુ હું તારી પાસે થી જતી તો તને નઈ ગમતું ? શું હું તારી સાથે વાત કરવા માટે યોગ્ય નઇ હતી ?

કપિલ જાણે ફોન માં આ સાંભળી ને પાણી પાણી થઈ ગયો તેને કંઈજ સમજ નઇ પડી કે હું શું જવાબ આપું તેને. એક બાજુ વંશીદા વાત કરી રહી છે તો બીજી તરફ કપિલ સ્કૂલ ની લોબી માં જ્યાં વંશીદા તેને પાસે થી અવાર નવાર જતી હતી ત્યાં ખોવાઈ ગયો.

કપિલ તેને જવાબ આપવા જાય જ છે કે અચાનક વંશીદા ને કોઈ અવાજ આપે છે અને ફોન કટ થઈ જાય છે,

કપિલ વિચારે છે કે શું થયું હશે કોને અવાજ આપી હશે..

ત્યાં પાછો ફોન આવે છે ને કહે છે કપિલ હું તને 2 જ મિનિટ માં ફોન કરું...

કપિલ તેની રાહ જોવે છે..........

2 દિવસ વીતી ગયા કપિલ હજુ રાહ જુએ છે, કે 2 મિનિટ નું કીધું ને 2 દિવસ થઈ ગયા કેમ ફોન ના આવ્યો? શું તેને મારી સાથે વાત કરીને ના ગમ્યું?

કપિલ ને થયું કે " ચાલ હુંજ એક વાર ફોન કારી લઉ" પછી થયું ના કદાય આજે આવી જાય, રાત થઇ પણ વંશીદા નો ફોન ના આવ્યો, કપિલ ના બેચેની નો પાર ના હતો, શું વાત હશે? કઈ થયું તો નહીં હોય ને? એને યાદ તો હશે ને મને ફોન કરવાનું? ભૂલી તો નઈ ગઈ ને? આવા અનેક સવાલો એ કપિલ ના મન માં ઘર કરી રહ્યું હતું. મોડી રાત્રે વિચાર કરતા કરતા કપિલ ની આંખ માં અંધારા આવા લાગ્યા, કહેવાય કે જે વ્યક્તિ ના વિચાર સૌથી વધારે કરો તો સપના પણ તેના જ આવે છે,

ભાગ 2 સપનાં ના વિચાર

કપિલ એ સપના ની દુનિયા માં પહોંચી ગયો.

સફેદ અને આસમાની રંગ ના ફ્રોક માં 2 છુટા ચોટલા માં જાણે એક નાની ઢીંગલી હોય તેમ વંશીદા તેને દેખાઈ, પોતે જાણે એજ રૂપ માં એમાં મોહિત થઈ ગયો હોય, કોઈ એક બગીચા ના એકાંત વાળી બેન્ચ પર તે બેઠો અને દૂર થી તેને એ રૂપ માં આવતા જોઈ આંખો જાણે એક પલ પણ જપકાવસે તો એ પલ ને ખોઈ દેશે તેમ એક જ નજરે જોવા લાગ્યો. જેમ જેમ ધીરે ધીરે તે તેની નજીક આવી રહી તેમ તેમ તેના ચહેરા નું સ્મિત વધવા લાગ્યું, એ જાણે તેના માટે જ આવી હોય તેમ તેની બાજુ માં આવી ને બેસી ગઈ.

વંશીદા: હાઈ! કપિલ તું શું કરે છે અહીંયા ? કોઈ ની રાહ જોવે છે?

(કપિલ મન માં કહે તારી રાહ તો હું કેટલા વખત થી જોઉં છું)

કપિલ: ના હું આ બગીચા માં ઘણી વાર આવું છું, જ્યારે મન અશાંત હોય તો અહીંયા આવી ને બેસું તો થોડું રીલેક્સ ફિલ થાય.

વંશીદા: કેમ મન અશાંત થાય કોઈ પ્રોબ્લેમ છે? તું કોઈ ચિંતા માં છે ? જો કપિલ મને તું તારો મિત્ર માનતો હોય તો પ્લીઝ મને કે હું કઈ મદદ કરી શકું તો મને સારું લાગશે.

કપિલ: ના વંશીદા એવું કંઈજ નથી. બસ એ તો ક્યારે ક્યારે કોઈ ની યાદ આવી જાય એટલે.

વંશીદા: યાદ? કોની યાદ ? મને પણ તો કે કોણ છે જે આ સાયલન્ટ ને સાતાવી રહ્યું છે. (એક અનેરા સ્મિત સાથે)

કપિલ ને થાય કે હું કેવી રીતે કહું કે જે મારા મન મંદિર માં છે તે મારી સામે જ છે પણ કહી નથી શકતો.

કપિલ: જો વંશીદા જેવું તું સમજે તેવું કંઈજ નથી, મને વળી એવું કોણ મળે. મને તો કોઈ છોકરી સાથે વાત શું કરવી તેજ ખબર નઈ. તો......

વંશીદા: તો ? તો શું કપિલ?

કપિલ વાત અધૂરી કાપી નાખે છે ને બીજી જ વાત કરી ને વંશીદા નું ધ્યાન બીજી વાત માં ફેરવે છે.

કપિલ: એ બધું છોડ આજે તું આટલી સુંદર દેખાય છે શું વાત છે? તારો બર્થડે છે? (કપિલ ને તેનું જન્મ તારીખ હજુ યાદ છે તે આજ નો દિવસ નથી છતાં પૂછે છે)

વંશીદા: ના કપિલ હું તો તારા માટે સુંદર થઈ ને આવી છું.

કપિલ ના વિચાર નો કોઈ પાર નઈ હતો. કપિલ વિચારે છે શું કહું હું તેને!

કપિલ: સાચે તું મારા માટે આવી છે.....

વંશીદા નો જવાબ સાંભળી ને કપિલ શોક થઈ જાય છે.

વંશીદા: મજાક કરું છું કપિલ (હસતા હસતા કહે છે) તું એટલો કેમ ચોંકી ગયો.

કપિલ ના મન માં ઉછડેલા મોજાં જાણે એક સાથે શમી ગયા.

કપિલ: ના એવું નઇ, બસ હું તો એમજ પૂછતો હતો.

કપિલ ના હ્રદય માં તો જાણે એક વાર ખોટું પણ કહી દેત તો એ બગીચા માં એકલો જ નાચવા મંડી જાત.

વંશીદા: હેય કપિલ ક્યાં ખોવાઈ ગયો? કેમ હું સારી નથી લાગતી? મને જોઈ ને તને ના ગમ્યું? (આશ્ચર્ય સાથે)

કપિલ: અરે ના ગાંડી તને એટલા વર્ષ પછી જોઈ ને એટલે, સ્કૂલ માં હતી બે ચોટલા વાળી ને સફેદ ટોપ અને ગ્રીન સ્કર્ટ માં તો અત્યારે આવા રૂપ માં કંઇક અલગ જ લાગે છે.

કપિલ ના મોં થઈ પોતાની તારીફ સાંભળી ને વંશીદા સ્મિત કરે છે તે જોઈ કપિલ ને જાણે કોઈ અપ્સરા કે એને મન ગમતી એકટ્રેસ હોય તેમ તેને નિહાળી રહ્યો હતો. તેવા માંજ વંશીદા બોલી ઉઠી.

વંશીદા: કપિલ આમ મને જો નઇ હું કઈ માધુરી દીક્ષિત નથી.

આ એકટ્રેસ નું નામ જેમ જ લીધું કપિલ નવાઈ પામી ગયો કે વંશીદા ને કેમ ખબર કે મને માધુરી બોવ જ ગમે છે?

કપિલ કહે છે: તને કેવી રીતે ખબર મને માધુરી બોવ જ ગમે છે?

વંશીદા: કપિલ તું મને ભૂલી ગયો પણ મને તારી હર એક પસંદ ન પસંદ ખબર છે.

કપિલ : હેં! કેવી રીતે?

વંશીદા: અરે પાગલ એટલું નઇ વિચાર તારી જુડવા બેન આપડી સાથે જ તો ભણતી હતી.

(કપિલ ની બે બહેન છે સોનલ અને કપિલા, કપિલા અને કપિલ વચ્ચે 1 જ મિનિટ નો ફરક છે, કપિલા, કપિલ અને વંશીદા સાથે જ

સ્કૂલ માં હતા તો વંશીદા કપિલા સાથે વધારે રહેતી)

કપિલ પેહલા થી જ થોડો શરમાળ હતો તેથી તે કોઈ છોકરી સાથે વાત નઇ કરી શકતો, કપિલા તેના ભાઈ ને ઘણો પ્રેમ કરતી એટલે કપિલ ની વાતો બધા સામે કરતી રહેતી, આમ વંશીદા ને પણ કપિલ ની પસંદ ના પસંદ યાદ રહી ગઈ હતી.

કપિલ: હા મારી બેન એનું તો એવું જ મારા નામ ના બધી જ જગ્યા એ ગુણ ગાતી ફરતી હોય.

વંશીદા: તો તેમાં શું પ્રોબ્લેમ, હવે તું છોકરી કરતા પણ વધારે શરમાળ હતો તો તેમાં બીજા શું કરે.

કપિલ: કઇ નઇ છોડ એ બધી વાત, તું આટલી સરસ ને સુંદર થઈ ને બગીચા માં કેમ આવી?

વંશીદા: કપિલ કોઈ ને કહેતો નઈ હા! તું મને મળી ગયો ને તારા ઉપર ભરોસો કરી શકું છું. તો પ્લીઝ કોઈ ને કહેતો નઈ હું તને એક વાત કહેવા માગું છું.

ભાગ ૩ અધુરું સપનું

કપિલ કંઈ કહે તે પહેલાં એક જોર થી અવાજ આવે છે.

કપિલ! ! ઓ કપિલ ! કેટલા વાગ્યા એ તો જો !

આવો અચાનક કર્કશ ભર્યો અવાજ સાંભળીને લાગે છે કોઈ તેને ખીજાય રહ્યું છે.

પરંતુ કપિલ ને તો વંશીદા ના એ શબ્દો જાણે સંભળાઈ રહ્યા હોય.

પણ કપિલ ને બોલાવતો અવાજ તેનું ધ્યાન ભટકાવી રહ્યું હતું. હવે તે અવાજ વધું સંભળાવા લાગ્યો.

કપિલ ! ઓ કપિલ ! એટલું કહેતાં જ કપિલ હજુ તો કઈ વંશીદા વિશે કે તેનાં આવા અચાનક થી નીકળેલા વાક્ય વિશે વિચારે તે પહેલાં જ

" ફરી એક વાર ની તેની મુલાકાત અધૂરી" રહી ગઈ,

ને કપિલ આંખ નિદ્રા માંથી ખુલી ગઈ.

આંખો ખુલતાં કપિલ ની મમ્મી સવાર સવાર માં જાણે ગાળો નો વરસાદ વરસાસવી રહ્યા હોય, તેમ તેને બુમો પાડી રહ્યા હતા, પણ કપિલ નું ધ્યાન તેની મમ્મી ની ગાળો માં નહીં પરંતુ વંશીદા એ તેને પોતાનો બોય ફ્રેન્ડ કહ્યો તેના વિચારો માં હતું.

કપિલ ને થયું કંઈ નઇ આટલાં વર્ષી માં એક વાર માટે તો સપના માં તો હુ તેનો બોયફ્રેન્ડ બન્યો. કપિલ ના એ સપના બાદ સ્વભાવ માં બદલાવ આવા લાગ્યો. તે નાની નાની વાતો માં ઘણો ખુશ રહેવા લાગ્યો. જાણે તેને સપનું નહીં પરંતુ હકીકત હતું.

તેના પાછા અવાના ફોન ની અતુરતા થી રાહ જોતો હતો.

આમ ને આમ 1 મહિનો વીતી ગયો પણ વંશીદા નો ફોન ના આવ્યો.

નંબર તો મળી ગયો હતો કપિલ ને પણ વાત કઈ રીતે કરવી તે કઈ સમજાતું ન હતું. તેને થવા લાગ્યું કે શું એને હું પાછો ભુલાઈ ગયો હોઈશ? આટલાં વર્ષો ની રાહ પછી પણ મારે એક ફોન માટે આટલું તડપવાનું?

તેટલા માંજ કપિલા (કપિલ ની જુડવા બહેન) એ કીધું કપિલ તને પેલી વંશીદા યાદ છે જે આપણા કલાસ માં સાથે હતી?

કપિલ મન માં કહે છે બહેન જેટલું સત્ય એ છે કે તું મારી બહેન છે. તેટલું જ સત્ય એ છે, કે માત્ર એજ મારા મન ની છબી માં કેદ છે એને તો હર પલ યાદ કરું છું.

કપિલા: અરે કપિલ! કેમ આમ કરે છે પેલી વંશીદા જેને તું પ્રેમ કરતો હતો.

કપિલા નું આ વાક્ય સાંભળી ને કપિલ ને આચકો લાગ્યો કે મેં કોઈ ને આ વાત આજ સુધી કીધી નથી, તો કપિલા ને કેમ ખબર પડી.

કપિલા: ભાઈ છોડ કઇ નહીં કાલે વંશીદા નો જન્મ દિવસ છે, તો તને કહું છું કે હું તેને મળવા જવાની છું તારે આવવું છે?

કપિલ: (બહેન જવું તો છે પણ કહું કઈ રીતે) કઇ નઈ ચાલ આવીશ તારી સાથે.

આટલું કહેતાં જ તેની ખુશી નો પાર નથી રહેતો કે હજુ તો હું વિચાર જ કરું કે તેને ફોન કંઈ રીતે કરું, ત્યાં તો ઉપરવાળા એ સીધો મળવા નો જ મોકો અપી દીધો.

કપિલ આટલા વર્ષો પછી વંશીદા ને જોશે અને તે પણ તેના જન્મ દિવસે એટલે તે વિચારે છે કે તે તેના માટે શું ગિફ્ટ લઈ જવું.

તે ગિફ્ટ નો શોપ પર જાય છે ! તેની નજર અચાનક એવી વસ્તુ પર પડે છે, કે જો તે વસ્તુ વંશીદા ને ગિફ્ટ માં આપશે તો તે જોઈ ને વંશીદા ખુશ ખુશ થઈ જશે.

ભાગ 4 જન્મ દિવસ ની ભેટ

કપીલ જયાં ગિફ્ટ ની શોપ માં પગ મૂકે છે તો વિચાર આવે છે કે એવું તો શું આપું કે એ જોઈ ને ખુશ થઈ જાય.

તેટલી જ વાર માં તેની નજર ખૂણા માં ધૂળ ખાતું એક એવું ગિફ્ટ દેખાયું, જાણે એને કપીલ માટે જ રાખ્યું હોય વર્ષો થી.

કપીલ એ કાચ ના કબાટ માંથી કાચ ખોલી એ ગિફ્ટ ને હાથ માં લઇ છે અને જોતા ની સાથે જ શોપ ના માલીક ને પૂછ્યું,

" આ ગિફ્ટ ની શું કિંમત છે"

શોપ માલિક: સાહેબ એ જૂનું થઈ ગયું છે હવે તે ખરાબ થઈ ગયું હશે.

કપીલ: (એને નક્કી કરી જ લીધું હતું કે આજ ગિફ્ટ લેવું છે પણ સારી હાલત માં) કંઈ વાંધો નહીં તમે કહો તો ખરા !

શોપ માલિક: જો સાહેબ આ વસ્તુ તમે તમારી મરજી થી લઇ જાઓ છો. લઇ ગયા બાદ હું પાછું નઇ લઈશ.

કપીલ વિચારે છે કે ખરાબ થયેલું ગિફ્ટ હું વંશીદા ને આપીશ તો મારી સુ ઈજ્જત રહેશે. એ મારા વિશે શું વિચારશે! છતાં તે મન મજબૂત કરી ને એ લઇ લે છે. કેમ કે એ ગિફ્ટ પાછળ ઘણી વાતો આપ મેળે વંશીદા ને સમજાઈ જશે.

કપીલ એ ગિફ્ટ ને લઈ ને એક સરસ બ્લુ કલર ના ચમકતા કાગળ થી પેકીંગ કરાવે છે, તેમાં ઉપર રીબીન પણ લગાવા કહે છે. અને એક નાના કાર્ડ પર શોપ માલિક નામ લખવા કહે છે.

કપીલ વિચાર કરે છે શું કપીલ સારું રહેશે? એને યાદ આવે છે કે વંશીદા કે સ્કૂલ માં તેને ઘણી વાર " કપુ" કહેતી તો તેને કાર્ડ માં "Happy Birthday to dear Vanshida", ને નીચે નાના અક્ષર માં " from Kapu" લખ્યું.

કપીલ એ સફેદ શર્ટ અને બ્રાઉન કલર નું પેન્ટ ની ખરીદી પણ કરી, કે પેહલી વાર મળવા જાઉં છું તો તેને કઈ રીતે સારો દેખાઉં.

સરસ મજા નું પરફ્યુમ લગાવી એકદમ તૈયાર થઈ કપીલ અને કપીલા વંશીદા ને સવારે 10:30 વાગ્યે તેના ઘરે જાય છે.

કપીલ ના મન માં તેના ઘરે થી વંશીદા ના ઘર સુધી ઘણા સવાલો ઉભા થાય છે, એ મને જોઈ ને ઓળખસે ખરી? શું હું તેની સાથે ઘણી વાતો કરી શકીશ? શું એ વાતો કરવા માટે મને મોકો આપશે? એને મારી વાત ગમશે? એને નાનપણ ની વાતો યાદ હશે? આવા અનેક સવાલો આવતા હતા ત્યાં વંશીદા નું ઘર આવી ગયું. ને કપીલ ના દિલ ની ધડકન ની અવાજો જાણે બહાર સુધી સંભળાય તેમ ધડકવા લાગી. કપીલ વંશીદા ને એક નજરે જોવા આતુર છે તેની ધીરજ હવે ખૂટી રહી હતી. તેને એમ હતું કે જે સપના માં જોઈ હતી શુ તેવી હશે કે કેમ! બંને ભાઈ બહેન ઘર ના દરવાજે થી અવાજ આપે છે " વંશીદા ઘરમાં છે ?" ઘર માંથી કોઈ નો અવાજ આવે છે, હજુ તો કોનો અવાજ હશે તે જાણ્યા વગર જ કપીલ માની બેઠો કે વંશીદા એ અવાજ આપ્યો, પણ ઘર માંથી કહ્યું " ના એ બહાર ગઈ છે આવો ને બસ આવતી જ હશે" એટલું કેહતા જ વંશીદા નો આવવા નો અવાજ આવે છે.

આવતા ની સાથે બે અજાણ્યા એક સરખા દેખાતા વ્યક્તિ ઓ ને જોવે છે, તેને એમ તો થાય છે કે કોઈ ઓળખીતું છે પણ યાદ નથી આવતું.

વંશીદા વિચાર કરે છે કોણ છે ને ઘરે શું કામ માટે આવ્યા હશે?

કપીલ, કપીલા અને વંશીદા ત્રણે એક બીજા સામે જોઈ રહ્યા છે

(- શું વંશીદા તે બંને અજાણ્યા વ્યક્તિ ને ઓળખી જશે?

- કપીલ કયું ગિફ્ટ લાવ્યો છે? જેને જોઈ વંશીદા ખુશ થશે!

- શું એ ગિફ્ટ એટલું સારું છે?)

ઘરે આવેલા બે અજાણ્યા પણ કોઈ જાણીતું છે એવું વિચાર કરી કરી ને વંશીદા કપીલા અને કપીલ ને એક નજરે જોયા જ કરે છે ત્યાં કપીલ એક નાની સ્મિત સાથે કહે છે.

કપીલા : "Happy Birthday" ડિયર વંશીદા !

વંશીદા મન માં હજુ એજ ચાલી રહ્યું હતું કે આ બંને છે કોણ એટલા માં બીજો પ્રશ્ન ઉભો થયો કે તેમને મારો જન્મ દિવસ છે તે કેવી રીતે ખબર?

સ્કૂલ સમય માં જોયેલા જોડિયા ભાઈ બહેન ને ઘણા વર્ષો પછી જોઈ એટલે ચહેરો ઓળખી નથી શકતી.

કપીલ: "Happy Birthday" વંશીદા !

(વંશીદા આશ્ચર્ય રીતે કપીલ ને જોઈ સ્મિત કરી ને તેનો આભાર વ્યક્ત કરે છે કપીલ આ વાત ને જાણી જાય છે કે વંશીદા તેને ઓળખી ના શકી, તો કપીલ સામે થી પૂછે છે)

કપીલ: અરે તું અમને ના ઓળખી?

વંશીદા: ના એવું નથી પણ તમને ક્યાંક તો જોયા છે બસ યાદ નથી આવતું.

(ત્યાં કપીલા ઉત્સાહ થી બોલી ઉઠે છે)

કપીલા: તને સ્કૂલ નો તારો મિત્ર કપ્પુ યાદ છે?

આટલું સાંભળતા ની સાથે જ જાણે વંશીદા ને કોઈ અનોખી ખુશી હાથ લાગી હોય, તેમ ખુશ થઈ ને કહે છે.

વંશીદા: અરે કપિલા અને કપીલ રાઈટ ?

કપીલા: હાં ! તું ભલે અમને ભૂલી ગઇ પણ અમને તો તારો જન્મ દિવસ પણ યાદ છે.

વંશીદા: સોરી ! સાચે તમને આટલા વર્ષી પછી જોયા તો, અને સાચું મને મન માં લાગતું જ હતું કે તમને ક્યાં ક તો જોયા છે.

કપીલ માત્ર ને માત્ર વંશીદા ને જ જોયા કરે છે, નાનપણ ની એ વંશીદા જે સ્કૂલ ના ડ્રેસ માં બે ચોટલા વાળી પણ એના મન ની સૌથી નજીક, હવે તે શ્યામ રંગ વાડી પણ નમણી, વાળ ની અલગ હેર સ્ટાઇલ, દેખાવ થી જાણે નેણ નક્ષ આંખો ની અલગ ચમક, બંને આંખો વચ્ચે ગ્રીન કલર ની એક નાની બિંદી, જાણે આખા ચેહરા ની રોનક એક નાની બિંદી એ લઇ લીધું હોય, હોઠો પર ગુલાબી રંગ ની લિપસ્ટિક, કાન માં નાના પણ દૂર થી દેખાઈ શકે તેવા જુમકા, ગળા માં એક કડાઈ કરેલો દોરો ને દોરા માં પરોવેલું નાનું એવું લોકેટ, હાથ પેહલા ની જેમ ખાલી, ડાબા પગ માં બાંધેલો એક પાતળો કાળો દોરો, આસમાની અને સફેદ રંગ નો ફોક પહેરી છે.

કપીલ આ દ્રશ્ય જોઈ પોતાના સપના માં જે દેખાયું તે યાદ કરવા લાગ્યો. અને તેની ખુશી નો પાર નથી રહેતો, પણ કપીલ શરમાળ છે તો ચેહરા પાર ભાવ નથી આવા દેવા માંગતો.

કપીલ થોડો આગળ આવી તેણે લીઘેલું ગિફ્ટ વંશીદા ને આપે છે અને ફરી એક વાર જન્મ દિન ની શુભકામના આપે છે.

વંશીદા: વાવ ! કપીલ ગિફ્ટ અને મારી માટે ?

કપીલ: હા !

વંશીદા: કપીલ તને વાંધો ના હોય તો આ ગિફ્ટ હું હમણાં જ જોઉં ? કેમ કે આજ દિન નું મારુ આ પેલ્લુ જ ગિફ્ટ છે ને હું તે જોવા માટે અધિરી થઈ રહી છું?

વંશીદા નું આ બાળપણું જોઈ કપીલ અને કપીલા હસી ને કહે છે.

કપીલા: જો વંશીદા ગિફ્ટ કપીલ એ લીધું છે ને મને પણ નથી કીધું કે શું છે, મારે પણ જોવું છે કે મારા ભાઈ એ શું લીધું તારી માટે.

વંશીદા ઉતાવળા હાથે ગિફ્ટ ના રેપર ને એક એક કરી ને ખોલે છે, જેમ જેમ રેપર ખુલે છે તેમ તેમ કપીલ ની દિલ ની ધડકન વધતી જાય છે, એને થાય છે કે વંશીદા ના ચેહરા પર શું અસર થશે, વંશીદા ગિફ્ટ નીચે બેસી ને ખોલે છે, રેપેર ખોલી ને તે કાગળ ને પગ નીચે દબાવી, બોક્સ ને ખોલે છે અને જેમ તે ગિફ્ટ ને જોવે છે ને એની આંખ માંથી આંસુ આવી જાય છે.

કપીલા: શું થયું વંશીદા ? ગિફ્ટ સારું નથી ? શું છે ગિફ્ટ?

વંશીદા ગિફ્ટ જોયા બાદ કપીલ ને જોયા જ કરે છે.

ભાગ 5 પેહલી મુલાકાત.

મિત્રો તમે અતુરતા થી રાહ જુઓ છો કે કપીલ એ વંશીદા ને શું ગિફ્ટ આપ્યું તો આજે તમને તમારી અતુરતા નો અંત લાવું છું.

વંશીદા ના એ ગિફ્ટ વિશે આગળ વાત કરું તે પહેલાં આપડે તેના ગિફ્ટ ની પાછળ ના ભૂતકાળ ને જાણી લઈએ.

વંશીદા ના બાળપણ ની ગિફ્ટ સાથે જોડાયેલી યાદ:

વંશીદા જ્યારે નાની હતી અને જ્યારે સમજતી થઈ ત્યારે તેના પપ્પા નું અવસાન થયું. નાની ઉમર માં પિતા ને ખોઈ હતી તે તેના પિતા ની લાડકી હતી. તેના પિતા ને ક્રિકેટ નો ઘણો શોખ હતો, તેમને સચિન તેંડુલકર ઘણા જ પ્રિય હતા.

વંશીદા નાનપણ થી તેના પિતા ના આ પ્રેમ ને પોતા માં જ સમાવી લીધી હતી.

એક વાર તેના પિતા એ મજાક માં કીધું કે કાશ સચિન જે 10 નંબર ની ટી-શર્ટ પહેરે છે તેવું મારી પાસે હોય.વંશીદા ને નાની ઉમર માં થયું કે હું જ્યારે મોટી થઈશ તો મારા પપ્પા ને આ ટી-શર્ટ ગિફ્ટ કરીશ.

એક વાર આ વાત તેને કપીલ ની સાથે કરી હતી અને કપીલ ને આ વાત જ્યારે ગિફ્ટ શોપ માં ગયો ત્યારે યાદ આવી ગઈ કે સચિન જે મેચ માં પહેરે તેવી ટી-શર્ટ તેણે ત્યાં જોઈ, ટી-શર્ટ ઘણી જૂની થઈ ગઈ હતી, પરંતુ તેમાં વંશીદા ના પિતા ની ખુશી દેખાઈ.

કપીલ ને થયું કે મોંઘા કે મોટી કિંમત ના ગિફ્ટ આપીશ તો તેને એ જ્યાં સુધી ટકશે ત્યાં સુધી યાદ કરશે, પરંતુ આ ગિફ્ટ તે તેની પુરી

લાઈફ સુધી સાચવી રાખશે.

વંશીદા ના ગિફ્ટ ના સમયે:

જ્યારે વંશીદા ગિફ્ટ ના દરેક કાગળ ને ખોલી ને જુએ છે તો બ્લુ કલર ની સરસ મજા ની ઘડી કરેલું 10 નંબર ટી- શર્ટ જેમાં 10 નંબર ની ઉપર તેંડુલકર લખેલું છે. આ જોતા જ તેને તેના પિતા ની એ ખ્વાહિશ યાદ આવી ગઈ અને તેની આંખ માંથી આંસુ સરી પડ્યા. એ સમયે તેની સામે બેસેલા કપીલ જાણે તેની એ ખુશી આપી દીધી જે તેણે એક સમયે તેના પિતા ને આપવાની હતી ને જે અધૂરી રહી ગઈ હતી.

વંશીદા કપીલ ને ખુશી ભર્યા આંસુ ની સાથે કેહતા:

વંશીદા: કપીલ તને નથી ખબર પણ આ ગિફ્ટ મારી માટે દુનિયા ની સૌથી મોંઘી, સૌથી બેસ્ટ અને સૌથી દિલ ની નજીક રહે તેવી છે. સાચે તે મારુ આજ ના દિવસ બેસ્ટ બનાવી દીધો. પણ મને એક વાત કહે, તને કેવી રીતે ખબર કે આ ગિફ્ટ મારા માટે આટલું મહત્વ રાખે છે?

કપીલ: વંશીદા તારી હર એક વાત યાદ છે મને, તારી ખુશી, તારું દુ:ખ, તારા મન ની વ્યથા, તું કઈ વાત થી ખુશ થશે ને કઇ વાત તને નારાજ કરે.

વંશીદા ગિફ્ટ માં એટલી ખોવાઈ ગઈ હતી કે કપીલ ની ફીલિંગ્સ તેને સમજાઈ રહી ના હતી.

વંશીદા: કપીલ તું કેહવા માંગે સીધું સીધું કે ને મને તારી વાત સમજ ના પડી, કે હવે તને કેવી રીતે ખબર કે મારા માટે આ ખાસ છે.

કપીલ: અરે ગાંડી તને યાદ છે સ્કૂલ માં તે એક વાર કીધું હતું કે મારે મારા પપ્પા ને સચિન વાળી ટી- શર્ટ ગીફ્ટ આપવી છે, અને મને

ખબર તને પણ તારા પપ્પા ની જેમ સચિન કેટલો ગમે છે, હું ગિફ્ટ શોપ માં ગયો તો મને એ દેખાઈ ગયું ને મેં તારા માટે લઈ લીધું.

વંશીદા: (આશ્ચર્ય ની સાથે) કપીલ એટલા વર્ષ થયાં ને મને તો તારો ચેહરો પણ યાદ નથી રહ્યો ને તને મારી આટલા વર્ષ જૂની વાત યાદ છે.

કપીલ: હાં ! યાદ તો હોય જ ને.

વંશીદા: કપીલ ! Thanks ! મને એટલું સ્પેશિયલ લગાવા માટે. અને એ કે તને બીજું શું શું યાદ છે. (આમ કહી વંશીદા કપીલ ની બાજુ માં બેસી જાય છે)

કપીલ ને કહેવું તો ઘણું છે પણ સમય અને જગ્યા યોગ્ય નથી. બંને એ ઘણી વાતો કરી. કપીલા વંશીદા ના મમ્મી સાથે વાત કરવા માં લાગી હતી, કપીલ આ જાણી વંશીદા ને કંઈક કેહવા જઈ રહ્યો છે.

કપીલ: વંશીદા ! સંભાળ ને મારે તને કંઈક કહેવું છે!

ભાગ 6 એક લાંબો ઇન્તેઝાર.

સવાર માં કપીલ ની જ્યાં આંખ ખુલે છે ને પોતાનો ફોન જોવે છે. તો તેમાં વંશીદા નો મેસેજ હોય છે, આટલા દિવસ થી જેની રાહ જોઈ રહ્યો હતો તેની એ રાહ પુરી થઈ તેવું તેને લાગ્યું. પણ કપીલ એટલા સારા નસીબ વાળો ક્યાં હતો.

કપીલ એક અનેરી ખુશી સાથે પોતાના ફોન નો લોક ખોલી ને મેસેજ વાંચે છે એમાં લખ્યું હતું.

" કપીલ મારે તને આજે મળવું છે હું જોબ પર થી ખાસ તારા માટે રજા લઇ ને આવવાની છું, હું સુરત થી નીકળું છું તો સવારે 8:30 વાગે ત્યાં સ્ટેશન પોચી જઈશ, જોજે મને વધારે રાહ નઈ જોવડાવતો હા , જલ્દી અવજે"

આ મેસેજ વાંચી કપીલ ફોન માં ટાઈમ જોવે છે ને વાંચતા વાંચતા જ 9:15 થઈ ગઈ હતી. એની આટલા સમય ની ખુશી પાછી દુઃખ માં ફેરવાઈ ગઈ. તે પોતાને કોષવા લાગે છે,

" કે આટલી રાતો એની યાદ મા જાગી અને કાલે મારા થી કેમ ના જગાયું, કેમ મારા જ નસીબ માં આવું"

મન માં ઘણા વિચાર આવા લાગ્યા, તે આવી હશે? મારી રાહ જોતી હશે? એ પાછી તો નઈ જતી રહી હશે? એને મને ફોન કેમ ના કર્યો?

જલ્દી જલ્દી તૈયાર થઈ ને ઉતાવળે પગે ઘરે થી નિકળ્યો.

(કપીલ સ્ટેશન થઈ 10 કિમી. દૂર રહે તેનું ઘર હાઈવે ની નજીક છે તેથી તેને સ્ટેશન જવા બસ માં જવું પડે છે)

હાઇવે ઉપર બસ ની રાહ જોઈ રહ્યો છે. વારે વારે તેના ફોન માં ટાઈમ જોયા કરે છે. હાથ માં રહેલી રેત જેમ ધીરે ધીરે સરકતી જાય તેમ તેમ તેનો સમય એ રેત ની જેમ સરકી રહ્યો હતો. ઘણી બસો આવતી જાય છે ને જાણે તેને ના લઇ જ નથી જવો તેમ તેને ખિજવતી જાય છે, કપીલ આ જોઈ વધારે ને વધારે મુંજાતો જાય છે. તે પાછો સમય જોવે છે 10:18 થઈ. એને લાગવા લાગ્યું નક્કી હવે એ જતી રહી હશે.

ત્યાં એક બસ આવી ને તેની બાજુ માં ઉભી રહે છે તે માં પણ ઘણી ભીડ હોય છે ઉભા ઉભા તે તેના ઘર પાસે થી સ્ટેશન તરફ રવાના થાય છે. જાત જાત ના વિચારો સાથે તેના ચહેરા ના હાવ ભાવ પણ બદલાય છે.

બસ એક પછી એક સ્ટોપ પર ઉભે છે તો કપીલ ને થાય છે કે આ બસ ક્યારે પોહચાડશે આને અજેજ આટલી ધીમી ચાલવાની હશે. ઉપરવાળો પણ મારી સાથે જ આવી આડાઈ કેમ કરે છે? જેમ તેમ પોતાના મન ને સાંભળતા સાંભળતા સ્ટેશન સુધી પોહચે છે. બસ હજુ તેના સ્થાને પહોંચે તે પહેલાં જ કપીલ બસ નો દરવાજો ખોલી ચાલુ બસ માં કુદી પડે છે.

બસ માં બેસેલા બીજા મુસાફરો કપીલ ને ખીજાય છે પણ કપીલ નું ધ્યાન સ્ટેશન તરફ હતું તેને કોઈ નું કંઈજ સંભળાતું નથી. સ્ટેશન માં પગ મુકતા ની સાથે જ સ્ટેશન ની લટકતી આંકડા વાળી લાલ રંગ ની ઘડિયાળ માં તેની નજર જાય છે અને સમય થયો હોય છે 11:08.

કપીલ ને થાય છે કે વંશીદા આટલી વાર સુધી મારી રાહ નઈ જ જોઈ હશે. તે નીકળી ગઈ હશે. છતાં તેના મન ને સંતોષ આપવા એક છેડા થી બીજા છેડે તેને શોધવા લાગે છે.

(મિત્રો તમને આટલી સ્ટોરી વાંચ્યા પછી એક સવાલ જરૂર આવતો હશે કે વંશીદા એ ફોન ના કર્યો પણ કપીલ કરી શકતો હતો ને, તો તેણે વંશીદા ને કેમ ફોન ના કર્યો)

કપીલ ની વંશીદા સાથે એકાંત ની આ પેહલી મુલાકાત જાણે એક એક સેકન્ડ એક કલાક માં વીતી રહ્યા હતા.

"અબ ઘડી એ ક્યારે આવી ચડશે, મારા પિયુ મિલન ની આસ

જોઉં એને હું એ પળ માં જ્યારે, મારી સાંસો જેમ થમી પડશે"

કપીલ જેટલી ટ્રેન જાય છે તેને લગે છે કે હવે જ ટ્રેન આવે તેમાં તે હશે. આમ કરતાં કરતાં ઘણી ટ્રેનો 10 મિનિટ માં પસાર થઈ જાય છે. કપીલ ને હવે રહેવાતું નથી.

અચાનક સ્ટેશન ના સ્પીકર માં એનાઉન્સમેન્ટ થાય છે કે ટ્રેન 15 મિનિટ મોડી આવવા ની સંભાવના છે.

કપીલ ભગવાન ને હાથ જોડી આકાશ સમુ જોઈ ને કહે છે કે તું મારી સાથે કેમ મજાક કરે છે. કરોડો લોકો છે તને એમાં પજવવા હુંજ મળું છું.

કપીલ નું ધ્યાન ભગવાન સાથે ની તર્ક વિતર્ક માં ચાલી રહ્યું હતું.

એટલા માં દૂર થી ધીરે ધીરે એકા એક એક ટ્રેન સ્ટેશન પર આવી ઉભી રહે છે. અને સંજોગો વસાત જે જગ્યા એ કપીલ ઉભો ભગવાન સાથે પોતાની વ્યથા કહી રહ્યો હોય તેજ જગ્યા એ ટ્રેન નો ડબ્બો જેમાં વંશીદા છે તે આવી ને ઉભી રહે છે.

ટ્રેન માંથી ઉતરતા વંશીદા એ આજુ બાજુ નજર ફેરવી તેટલા માં જોવે છે. ઉદાસ ચેહરા સાથે કપીલ આકાશ સામે જોઈ કોઈ વાતો

કરતો દેખાઈ પડ્યો.

કપીલ હજુ તેના ધૂન માં જ છે ત્યાં અચાનક એક હાથ તેના

ખભા પર આવે છે ને એક અવાજ આવે છે.

"કપુ"

કપીલ જાણે જાગતા સપનાં જોતો હોય તેમ પાછળ વળી ને જુએ તો વંશીદા તેની પાસે હોય છે.કપીલ ને એ ભાન જ નથી કે ક્યારે ટ્રેન આવી ક્યારે વંશીદા ટ્રેન માંથી ઉતરી ક્યારે તેની પાસે તેની બાજુમાં આવી.

એક અનોખી ચમક એક અનોખી ખુશી તેની આંખો માંથી છલકાઈ રહી હતી.

કપીલ કંઈ કહે તે પહેલાં જ વંશીદા કહે છે.

વંશીદા: કપુ! આમ શું ગાંડા ની જેમ આકાશ માં જોઈને કોની સાથે વાત કરી રહ્યો છે.

કપીલ: (હસતાં હસતાં)અરે ! કોઈ સાથે નઈ અને વંશીદા તું ક્યારે આવી?

વંશીદા: લે તને હું ક્યારે આવી તે પણ ખબર નથી તો ક્યાંક તો ખોવાયો હતો ને ? સાચું બોલ. અને સોરી યાર મને આવતા આટલું મોડું થઈ ગયું.

કપીલ: અરે કંઈ વાંધો નઈ.

સમય ઘણો થઈ ગયો હતો. વંશીદા ભર ઉનાળા માં બપોર ના સમયે પોહચી તો પસીનો પસીનો થઈ ગઈ હતી.

વંશીદા: કપીલ બહું મોડું કર્યું ને મેં ચાલ આપડે કોઈ જગ્યા એ જઈએ મારી પાસે સમય ઘણો ઓછો છે ને વાતો ઘણી કરવી છે. અને હા મને ભૂખ પણ લાગી છે, તું મને શું ખવડાવીશ?

કપીલ: હાં! ચાલ પેહલા આપડે સ્ટેશન ની બહાર નીકળીએ.

વંશીદા ને કપીલ ચાલતા થાય છે ને તેમની વાતો ત્યાર થી જ શરૂ થઈ જાય છે. વંશીદા ના મગજ માં અચાનક કંઈ સુજે છે ને કપીલ ને કંઈ કહે છે.

વંશીદા: કપીલ તને ખબર મેં તને આજે કેમ મળવા બોલાવી?

ભાગ 7 મન ની વાત.

ભાગ 6 માં તમે જોયું કે વંશીદા કપીલ ને એક સવાલ કરે છે.

કે તેણે કપીલ ને મળવા કેમ બોલાવી કપીલ તેનો પ્રતિસાદ આપતા કહે છે,

કપીલ: કેમ?

વંશીદા: કપીલ ! આપણે સ્કૂલ માંથી છૂટા પડ્યા ને ઘણો સમય વીતી ગયો, એ સમય માં છોકરાઓ માં તું મારો સૌથી નજીક નો મિત્ર હતો.

કપીલ: કેમ હવે નથી?

વંશીદા: એવું નથી કપ્પુ પણ આ સમય માં ઘણું બધું વીતી ગયો જેનાથી તું અજાણ છે, આ વચ્ચે ના સમય માં ઘણાં સંઘષૌ, ઉતાર ચડાવ, ઘણી મુશ્કેલીઓ આવી, પપ્પા જતા રહ્યા અને તને તો ખબર કે મને સાગો ભાઈ પણ નથી,

કપીલ: તો શું તું મને ભાઈ બનાવવા માંગે છે? (વંશીદા ની મજાક કરતા)

વંશીદા: હું અત્યારે મજાક ના મૂડ માં જરાય નથી કપ્પુ.

કપીલ: સોરી!

વંશીદા: કપ્પુ પેલા મને ભૂખ લાગી છે ચાલ આપડે કંઈ ખાવા જઈએ.

(કપીલ ને વંશીદા સ્ટેશન ની નજીક એક રેસ્ટોરેન્ટ માં જાય છે, અંદર જઈ ને મેનુ જોવા માંગે છે)

વંશીદા: કપીલ લે તું ઓર્ડર કર, જલ્દી થી જલ્દી જે આવે તે મંગાવ, પેટ માં જાણે ઉંદર દોડે છે.

કપીલ મેનુ જોતા ની સાથે એક ઈડલી સાંભર ને એક ઢોસા નો ઓર્ડર કરે છે. કપીલ ને ખબર છે વંશીદા ને સાઉથ ઇન્ડિયન ફૂડ બોવ જ ભાવે છે. ઓર્ડર આપી દીધા બાદ વંશીદા તેની અધૂરી વાત પાછી શરૂ કરે છે.

વંશીદા: કપ્પુ! હું તને એક વાત કહેવા માગું છું આ વાત મારા ઘરે ખબર છે પણ છતાં તને કેહવા માંગુ છું.

કપીલ: હાં કે ને! (અતુરતા પૂર્વક)

વંશીદા: અપડાં સ્કૂલ ના સમય થી છુટા પડ્યા પછી અપડાં જ સ્કૂલ ના એક છોકરા એ મને પ્રપોઝ કર્યો હતો, એ સમય માં મને વધારે કંઈ ખબર ના પડતી કે પ્રપોઝ એટલે શું, મારે મન તો એક નવી મિત્રતા એટલે મેં તેના પ્રપોસલ ને મંજૂરી આપી.

કપીલ આ વાક્ય સાંભળતા જાણે તેનું વર્ષો જૂનું સપનું એક ઝટકા માં તૂટી ગયું. જેને માટે તેણે આટલા વર્ષો સુધી રાહ જોઈ, જેના સિવાય તેને બીજી કોઈ વ્યક્તિ મહત્વ ના હતી, તેણે સમાવી રાખેલી તેની એક એક યાદો જાણે વ્યર્થ થઈ ગઈ. હૈયું ભરાઈ ને છલકવા લાગ્યું પણ હતો તો એ એક છોકરો જ ને મન નાં ધાં ચહેરા પર શાનો આવા દે. આટલું સાંભળવા છતાં વંશીદા ને ખબર ના પડે કે તેના ઉપર શું વીતી રહી છે, તેની સામે એજ સ્મિત સાથે તેની વાતો સાંભળે છે ચેહરા ઉપર એક દુઃખ નો ભાવ પણ આવા નથી દેતો.

વંશીદા આગળ વાત ચાલુ રાખે છે.

વંશીદા: કપ્પુ એ સમય મારા માટે એક વળાંક જેવો હતો. સારા મિત્રો માં તું અને કપીલા મારી સાથે હતા, તમારા છુટા થાય બાદ હું સાવ

એકલી થઈ ગઈ અને હું તો એક નવા મિત્ર ના ભાવે તેની સાથે રોજ વાતો કરતી થઈ, જેમ જેમ સમય વીત્યો અમે મિત્રો માંથી ખાસ મિત્રો બન્યા અને એનો પ્રપોસલ ક્યારે પ્રેમ માં પરિવર્તન થયો ખબર જ નાં રહી.

જેમ જેમ વંશીદા તેની વાત કરતી જાય છે તેમ તેમ કપીલ ના દિલ માં જાણે છરી ના વારે વારે ઘા લાગી રહ્યા છે. પણ છતાં કપીલ તેના ખાતર બધું જ સહન કરી લે છે.

વંશીદા: કપ્પુ મારે તને આજ બાબતે મળવું હતું. પપ્પા ના ગયા બાદ હું પોતાને કેવી રીતે સાચવું એ મને જ ખબર છે. અત્યારે મારી લાઈફ માં તેને લઈ ને ઘણા પ્રોબ્લેમ ચાલી રહ્યા છે ને મારે તારી મદદ જોઈએ છે. તું જ્યારે ઘરે મારા બીર્થડે પર આવ્યો અને લાઈફ નું સૌથી મોટું ગિફ્ટ તે આપ્યું ત્યારે જ મેં નક્કી કરી લીધું કે તું જ છે જે મારી ઉલજનો દૂર કરશે.

કપીલ એ આપેલો ઈડલી ઢોસા નો ઓર્ડર આવી જાય છે, વંશીદા ફરી એ જોઈ ને ચોંકી જાય છે ને કહે છે,

વંશીદા: કપ્પુ તને હજી યાદ છે કે મને સાઉથ ઇન્ડિયન ફૂડ બહુ જ ભાવે છે.

કપીલ: હાં! વંશીદા મને તારી એક એક વાત યાદ છે, તને શું ગમે ના ગમે તે પણ અને મને એ પણ યાદ છે કે સાઉથ ઇન્ડિયન ફૂડ ગમે છે પણ તેમાં નારિયળ ના ચટણી થી તને એલજી છે.

વંશીદા: કપ્પુ જેટલું તને મારા વિશે યાદ છે તેટલું તો મારા ઘર ના વ્યક્તિઓ ને પણ નથી. તું કેમ મારી આટલી કેર કરતો હતો.

કપીલ ને કહેવું છે પણ વંશીદા ની આ વાત થી તે શું કહી શકે.

વંશીદા: કપ્પુ મને તારી પાસે થી એક પ્રોમિસ જોઈએ છે, શું તું એ પ્રોમીસ કરશે?

કપીલ મુંજવણ માં છે કે હું તેને શું કહું..

વંશીદા કપીલ પાસે થી એક પ્રોમિસ માંગે છે ને કપીલ મુંજવણ મા છે કે વંશીદા શું પ્રોમિસ માંગવાની છે. ચાલો તો આગળ જોઈએ કે કપીલ ના નસીબ મા શું નવું કરતબ થવા જઈ રહ્યું હતું.

કપીલ : (ચિંતા સાથે) હાં બોલ ને!

વંશીદા: એમ નઈ કપ્પુ તું બોલ કે હાં હું પ્રોમિસ કરું છું.

કપીલ: હાં બાબા તું ક્ચ્ચે તેમ બસ, હું પ્રોમિસ કરું છું, પણ એ તો કે એ પ્રોમિસ શું કરવાનું છે?

વંશીદા: કપ્પુ હું જે તને કેવા જઈ રહી છું તે સાંભળી ને તું મને ગાંડી કહીશ, પણ તે હકીકત છે,

કપીલ: બસ હવે સસ્પેન્સ બહુ થયું કેને હવે શું છે તારા મન માં જ તારે કહેવું છે.

વંશીદા: કપ્પુ એક અંધડા વિશ્વાસ સાથે તને મારા મન ની વાત કહું છું, તેને તોડતો નહીં.

કપીલ: હાં હવે તારે કહેવું છે કે નઈ, (કપીલ ને અતુરતા વધી રહી છે પણ વંશીદા આમ તેમ ની વાત કરી ને તેને વધારે હેરાન કરી રહી છે)

વંશીદા: તો સાંભળ, રીંકેશ નામ ના એક છોકરા સાથે મને પ્રેમ થયો, તેની સાથે ઘણાં પળો વિતાવ્યા અમારા ઘણાં અંગત પળો પણ હતા.

સમય જતાં મને તેની સાથે રહી ને ખબર પડવા લાગી કે તે સારો વ્યક્તિ નથી, એને દારૂ ની આદત છે અને મને તે જરાય પસંદ નથી. પરંતુ અમારો રિલેશન એટલો આગળ વધી ગયો કે હું તેના થી અલગ થવા માંગુ છું પણ થઈ નથી શકતી.

કપીલ: હાં તો વાંધો શું છે? તેને કહી દે ક્યાં તો દારૂ છોડે ક્યાં તો તને.

વંશીદા: વાત એટલી સરળ હોત તો હું ક્યાર ની આ મુંજવણ માંથી બહાર આવી ગઈ હોત, મારા પરિવાર ને આ વાત ની જાણ છે અને મારા આ વર્તન થઈ હું મારા પરિવાર ની સામે આંખ ઉઠાવી ને નથી જોઈ શક્તી.

કપીલ: એ વ્યક્તિ ખરાબ છે તો તેમાં તારો શું વાંક? રિલેશન રાખતી વખતે તો તને ખબર નહીં હતી ને કે તે કેવો છે!

વંશીદા: કેટલી સારી વાત છે ને કપ્પુ જે વાત તું એક પલ માં સમજી ગયો તે વાત મારા પરિવાર અત્યાર સુધી નથી સમજી શક્યા, કાશ કપ્પુ તું મને પહેલાં મળ્યો હોત તો સાયું મારુ જીવન એટલું ગુંચવણ ભર્યું નાં હોત.

કપીલ ને કહેવું છે કે હજીયે મોડું નથી થયું પણ કહી નથી શકતો.

કપીલ: જો વંશીદા, બધા જ વ્યક્તિ સરખા હોત તો તું ને રીંકેશ સાથે હોત.

વંશીદા: કપ્પુ અમે સાથે નથી તો પણ સાથે છે, હું તેના સિવાય બીજું કંઈ વિચારી નથી શકતી.

આ સાંભળી ને કપીલ ના દિલ પર જાણે તલવાર ના ઘાં લાગી બે ટુકડા થઈ ગયા. તેને થવા લાગ્યું કે તે ખોટી જગ્યા એ પોતાનું મન લગાવી ને બેસી ગયો છે. પણ મિત્ર તરીકે તો તેણે તેની ફરજ

બજાવી પડશે એટલે તેની બધી જ વાત માં હામી ભરે છે

કપીલ: વંશીદા તારે શું કરવું છે એ કે ને આ વાત માં તને મારી પાસે થી શું પ્રોમિસ જોઈએ છે.

વંશીદા: કપ્પુ મારે તેની સાથે નથી રહેવું, હું મારા પરિવાર ને નહીં છોડી શકું.

કપીલ: હાં તો મારી પાસે થી શું પ્રોમિસ જોઈએ.

કપીલ વારે વારે પ્રોમિસ વિશે કહી વંશીદા પાસે થી જાણવા તલ પાપડ થઇ રહ્યો છે પણ વંશીદા તેને એની ભૂતકાળ ની વાતો માં ઉલજાવી રાખે છે.

વંશીદા: કપીલ તું મને પ્રોમિસ કર કે તું મને ક્યારે એમ નહીં કહે કે હું તને પસંદ છું?

(જે વાત તે સપનાં પણ વિચારી ના શકે તે વાત માટે વંશીદા ને કેવી રીતે પ્રોમિસ કરી શકે, કપીલ હવે મુંજવણ મા નઇ પરંતુ કોમા માં આવી ગયો તેવી હાલત થઈ ગઈ, કપીલ ને થાય છે કે પ્રોમિસ કરું તો મારા જીવન નો એ ભાગ હંમેશા માટે અંધારા માં જતો રહે, અને ના કહું તો મિત્ર ની લાગણી ને ઠેન્સ લાગે, તે મારા ઉપર ભરોસો રાખે ને તે તેનો ભરોસો તોડે)

કપીલ શું જવાબ આપશે તે આગળ ના ભાગ માં જોઈશું.

ભાગ 8 કપિલ ના મિત્રો.

કપીલ એ અસમંજસ માં છે કે શું જવાબ આપે. કપીલ તે વિચારો માં જ ખોવાયો છે વંશીદા તેની સામે 15 મિનિટ સુધી જોયાં કરે છે.

વંશીદા: કપીલ તું કેમ કંઈ બોલતો નથી?

કપીલ: અરે ઈડલી કેટલી સરસ છે (કપીલ વાત ને બીજી તરફ વાળી ને)

વંશીદા: હાં! સરસ છે.

કપીલ: તને ખબર મને પણ ઈડલી ને સાઉથ નું ફૂડ ઘણું પસંદ છે.

વંશીદા: સારું કેવાય, કપીલ મારી વાત નો જવાબ આપ આમ આડી અવળી વાત ના કર.

કપીલ: વંશીદા તું મારી સૌથી સારી ફ્રેન્ડ છે. હું તને આવી કોઈ પ્રોમિસ તો નહિં કરી શકું પણ હા તને દુઃખ થાય તેવું કામ ક્યારે નહીં કરીશ.

વંશીદા ને મન માં શંકા તો થાય છે પણ કપીલ ની વાત માની લે છે.

વંશીદા: કપ્પુ મને તારી હેલ્પ જોઈએ છે તું કરીશ.

કપીલ: હાં હું તો તને હંમેશા મદદ કરીશ તું એક વાર કહી તો જો.

વંશીદા: હું ચાહું છું કે તું લાઈફ ટાઈમ મારી સાથે રહે.

કપીલ વિચાર કરે છે કે આ શું કેવા માંગે છે એક બાજુ એમ કહે છે કે મને ક્યારે પ્રપોઝ નહી કરતો ને બીજી તરફ કરે છે કે હું લાઈફ ટાઇમ

સાથે રહેજે.

કપીલ: વંશીદા તું શું કેવા માંગે છે મને કંઈ સમજ ના પડી.

વંશીદા: કપ્પુ મને એક એવા સહારા ની જરૂર છે જે મને સમજી શકે, મારી વાત માની શકે, મારા મન ની વાત એને કહી શકું, આ પ્રેમ ના ચક્કર માં ઘણી વાર દુઃખ થયું છે, એ મને ક્યારે આ માટે ના કહે.

(વંશીદા ને એક એવા રમકડાં ની જરૂર હતી જે એની મરજી મુજબ ચાલે, પણ કપીલ માટે તો એ સાચો પ્રેમ એને ખબર હોવા છતાં ક વંશીદા ને સાથ ની નહીં સહાનુભૂતિ ની જરૂર છે એક વાર તે પૂરી એટલે વંશીદા તેના રસ્તે ને કપીલ તેના, આ બધું જાણવા છતાં તેણે વંશીદા નો સાથ આપવા હામી ભરી)

કપીલ: વંશીદા હું તો છું જ તારી સાથે, તને સમજુ પણ છું ને તારી વાત પણ માનું છું.

વંશીદા: હાં મને ખબર છે એટલે જ તો હું તને મળી ને મારા લાઇફ ની વાત તને કરું છું. ને તું મારો સૌથી સારો ફ્રેન્ડ છે.મારે હજી એક મદદ જોઈએ છે!

કપીલ: હાં બોલ ને.

વંશીદા: મારે હોવી રીંકેશ ના ચક્કર માં નથી પડવું બસ મારે મારી ફેમિલી ને સપોર્ટ કરવો છે, અને હા કપ્પુ આપડી આ બધી વાત માં એક વાત તો ભુલાઈ જ ગઈ તારો બર્થડે આવે છે ને.

કપીલ: હાં!

વંશીદા ને એક ફોન આવે છે ને થોડી ચિંતા માં આવી જાય છે.

વંશીદા: કપ્પુ સોરી! મેં વિચાર્યું હતું કે આજે દિવસ તારી સાથે વિતાવીશ પણ અત્યારે મારે જવું પડશે, એક અરજન્ટ કામ આવી ગયું, પ્લીઝ તું ખોટું ના લગાડતો આપડે ફરી મળીશું,

કપીલ: અરે કંઈ વાંધો નહીં જા તું.

એક પણ શબ્દ વધારે કહ્યાં વગર કપીલ એ તેને વિદા કરી. આટલી મથામણ બાદ વંશીદા તેને મળી હતી ને પુરા 1 કલાક પણ સાથે ના રહી શકી.કપીલ તેને પૂછી પણ ના શક્યો કે શું થયું અચાનક કંઈ પ્રોબ્લેમ તો નઇ થઈ હશે ને?

કપીલ પોતાના ઘરે આવી જાય છે.

મિત્રો આ સ્ટોરી ને આગળ વધારીયે તે પેહલાં કપીલ ના મિત્રો વિશે જાણવું જરૂરી છે, કારણ કે દરેક વ્યક્તિ ના જીવન માં તેના મિત્રો નો ફાળો સૌથી મોટો અને મહત્વ નો હોય છે, તે તેના મિત્ર માટે શું કરી કરી શકે તે બધા જ જાણે છે, પણ અહીં કપીલ ની જિંદગી માં તેના મિત્રો કેવા છે તે શું કરે છે.

આગળ ના ભાગ માં જોયું કે કપીલ કેવી હાલત માં હતો હવે એ જોઈએ કે એના મિત્રો એની માટે શું કરે છે, તે તેની વિરૂદ્ધ રહે છે કે તેની સાથે રહે. તો આઓ જાણીએ કપીલ ના કેટલા મિત્રો છે કયા કયા, દોસ્તો કપીલ ના નજીક ના 4 મિત્રો છે અને મજા ની વાત એ છે કે ચારેય ના મગજ અલગ અલગ દિશા માં ભાગે તેવા છે.

કપીલ નાં 1 ધોરણ નો સૌથી નજીક નો મિત્ર જીતુ, દેખાવ માં સૌથી સ્માર્ટ, પરિસ્થિત થોડી નબળી પણ દેખાવ એવો કે કોઈ પણ છોકરી ને તેના ઉપર દિલ આવી જાય, ગોરા રંગ નો દેખાવડો, કદ કાઠી જાણે ચોકલેટ બોય, છોકરીઓ નો ફેવરેટ, જીતુ ના ધણા મિત્રો ને એના થી જલન થાય કારણ કે સ્કૂલ સમય થીજ છોકરીઓ તેની પાસે

આવે તેને જ બોલાવે તેની સાથે મસ્તી કરે, સ્વભાવે થોડો શાંત પણ વાત તેના મિત્રો ની આવે કે પરિવાર ની આવે તો જાણે ગરમ કોલસા દિમાગ ઉપર મૂકી દીધા, જાત મહેનત કરી ભણવાનો ખચ્ચો જાતે જ કરતો, અને બધા ને મદદ પણ કરતો, કપીલ માટે લાગણી એવી કે જીવ જાય પણ કપીલ માટે નો પ્રેમ ઓછો ના થાય, મજાક કરવા માં પણ જીતુ ને કોઈ ના હાથ પકડી શકે. જીતુ કપીલ ની બેફામ મજાક કરતો તેની વાતે વાતે ઉડાવતો પણ જો કોઈ એના સિવાય કપીલ ની મજાક કરે તો તેની ખેર નહીં.

જીતુ એક ફાર્મા કંપની માં જોબ કરે એટલે તેની સેલરી સારી, પૈસા ની જ્યારે જરૂર પડે એટલે ભાઈ દાનેશ્વરી કર્ણ ની કલિયુગ ની કાર્બન કોપી. અને હા શરમાળ એટલો કે આપેલા પૈસા પાછાં માંગવા જાણે કોઈ નો જીવ માંગે. કપીલ તેની હરેક નાની મોટી વાત તેના આ મિત્ર ને કરે.. પણ જીતુ ગમે તેમ પણ હતો તો મિત્ર જ એટલે પેહલા તો પેટ ભરી ને તેની મજાક ઉડાવી લે. પછી કલાકો સુધી વાત ને ગોળ ગોળ ફેરવી તેની વાત કે તેની સમસ્યા નો સમાધાન લાવવા નો પ્રયત્ન કરે. કપીલ તેની થોડી વાત સમજે ને થોડી વગોળી નાખે.

કપીલ નો બીજો મિત્ર જ તેને સ્કૂલ માંજ મળ્યો પણ થોડા સમય બાદ, નામ એનું ચિંતન મિત્રો કદાચ તમારાં માંથી ઘણાં લોકો એ "છેલ્લો દિવસ" મુવી જોયું હશે, તેમાંનો ઘુલો એટલે અમારો ચિંતન, કદ ઊંચું, શરીરે જાણે ભીમ, રંગે શ્યામ, અને ઉતાવળા સ્વભાવ વાળો, તેની લાઈફ નું એક માત્ર ધ્યેય આપડો ભાઈ આપડી જાન, આમ તો મગજ થી અંગારા વરસતાં પણ અંદર થી એક માં જેવો, જે એની સંગત માં આવે એટલે સમજવું કે તે એની માં હોય અને બાકી એના છોકરા, ઉછીની બબાલ કરવી મિત્રો માટે એટલે તૈયાર, જે કામ કરવા માટે એ ઉંમર માં હિમ્મત ના ચાલે તે કામ કરવા હંમેશા રેડી, એવું નથી કે બસ તેને કોઈ ને મારવા કે પજવવા માં મજા આવે જરૂર પડે તો માર ખાવા પણ તૈયાર હોય. જીમેંદારી નો બોજ જાણે તેના

માથે હોય તેમ તેને તેનાં સાથીઓ ની ચિંતા, મિત્રતા એવી કે મિત્ર ને જરૂર પડે અને એને ફોન કરે તો એ ના રાત જોવે ના દિવસ ના હાલત જોવે ના પૈસા, કપીલ ના પ્રકરણ માં જો ધુલા ના કિસ્સા ની વાતો કરવા જઈએ તો 100 ભાગ તો તેના જ થઈ જાય પણ આપણે અહીં કપીલ સાથે તેના અનહદ પ્રેમ ની વાત કરીએ, ચિંતન ની વિચાર શક્તિ આમ તો મોટા વડીલો જેવી જ્યારે કપીલ ને લાગે કે મારે પારિવારિક સમસ્યા છે ને તેનો કોઈ હલ નથી આવતો અને વડીલો વચ્ચે જો કોઈ ને આગળ કરવો હોય તો ચિંતન સૌથી પર્ફેક્ટ વ્યક્તિ. મજાક તો એ પણ કરે પણ તમે સમજી જ ગયા હશો કે તેની મજાક વાત કરતા હાથ થી વધારે થાય. કપીલ બને ત્યાં સુધી તેના થઈ 10 ફૂટ દૂર થી જ મજાક કરે.

કપીલ નો 3જો મિત્ર દિવ્યેશ, આ મિત્ર કપીલ ને જોબ ની શરૂઆત કરી ત્યારે મળ્યો, ઉંમર માં તો દિવ્યેશ મોટો છે પણ કપીલ પાસે કામ ને લાગતું ઘણું શીખવા મળ્યું એટલે દિવ્યેશ તેને "ગુરુજી" કહે, આ મિત્ર એવો કે કપીલ ને તેની વગર ચાલે પણ નહીં ને તેની સાથે રહી શકે પણ નહીં, કપીલ ની લાઈફ નો એક એવો હિસ્સો જે હંમેશા એની ઉતારવા માંજ માનતો હોય.તેનો સ્વભાવ એટલે કાયમ હસતો ને રાહ ચાલતા લોકો ની સડી કરતો. કપીલ જ્યારે કોઈ મુંઝવણ માં હોય અને અચાનક જો દિવ્યેશ નો ફોન આવી જાય એટલે સમજવું બંને પતિ પત્ની હોય. કોણ જાણે શું વાત કરી રહ્યાં હોય એ તો કપીલ અને દિવ્યેશ જ જાણે, દિવ્યેશ ની લાઇફ નું કપીલ પ્રત્યે એક જ ચિંતા કે કપીલ ની ગર્લફ્રેંડ ક્યારે બનશે. તેના માટે એ ક્યારે ક રાતે 2 વાગે પણ ફોને કરે, કપીલ ભર ઊંઘ માં હોય તોય તેને હેરાન હેરાન કરી દે, કપીલ જ્યારે જ્યારે તેનો ફોન ઉપાડે એક ચિંતા દેખાય કે એ ફરી તેની મંતરવા માટે કંઈ ને કંઇ લાવશે. દિવ્યેશ પોતે તો હેરાન કરે જ પણ બીજા ને પણ કપીલ ને પજવવા આમંત્રણ આપે. પણ હા જેમ દિવ્યેશ ને કપીલ વગર ના ચાલે તેમ ગમે તેટલી મજાક કે પજવવા છતાં કપીલ ને પણ દિવ્યેશ વગર ના ચાલે, નાના મોટા સુખ દુઃખ

માં દિવ્યેશ હંમેશા તેની સાથે રહે. દરેક ગંભીર વાત ને પળ વાર માં કેવી રીતે ચિંતા મુક્ત કરી દે તેની ખબર જ નાં પડે, તેની આ આવડત ના કારણે કોઈ એની સાથે વાત કરે તો વાત ની શરૂઆત માં ચિંતા હોય પણ વાત ના અંત માં એક અલગ મુસ્કુરાહટ સાથે અંત કરે.

કપીલ ના છેલ્લા મિત્ર ની વાત આવતા ભાગ માં જોઈશું તેની શું ખાસિયત છે, કપીલ ની લાઈફ માં તેનું શું મહત્વ છે તે જાણીશું....

www.ingramcontent.com/pod-product-compliance
Lightning Source LLC
Chambersburg PA
CBHW031247130726
47988CB00008B/3270